Seven Magic Brothers

Bảy Anh Em Có Biệt Tài

English/Vietnamese

Retold by **Kuang-Tsai Hao**   *Illustrated by* **Eva Wang**
Vietnamese   translation by **Nguyễn Ngọc Ngạn**

遠流出版公司
YUAN-LIOU PUBLISHING CO.,LTD.

Long ago, there was an old, good-hearted couple, who lived all by themselves. One morning, while the wife washed clothes by the river, a cloud of smoke arose. A great spirit appeared. He said, "Here are seven golden pills. Eat one each day, and soon you'll finally have children."

But the wife could not wait. She ate all seven. Her stomach grew bigger and bigger each day. In autumn she gave birth to seven bouncing baby boys!

Ngày xưa, có đôi vợ chồng già rất tốt bụng, nhưng sống quạnh quẽ một mình. Buổi sáng kia, bà vợ đang giặt quần áo bên sông thì thấy một đám khói bốc lên. Rồi một vị thần hiện ra và bảo: " Ta cho bà bảy viên thuốc vàng. Mỗi ngày bà uống một viên, chỉ nay mai bà sẽ có con."

Nhưng bà ta nóng lòng quá, chờ không nổi, liền uống luôn cả bảy viên. Bụng bà lớn dần. Đến mùa thu thì bà hạ sinh bảy cậu con trai.

The seven brothers grew quickly. Each was blessed
with a special power; the eldest had great strength,
the second had super hearing, the third was harder
than iron, the fourth could bore through earth,
the fifth was nonflammable, the sixth could stretch
endlessly, and the youngest could swallow anything.

Bảy anh em lớn rất mau. Mỗi đứa được trời ban cho một khả năng đặc biệt. Đứa con cả thì có sức mạnh phi thường. Đứa thứ hai thì thính tai vô cùng. Đứa thứ ba thân thể cứng hơn sắt. Đứa thứ tư có thể chui xuyên qua đất. Đứa thứ năm đốt không cháy. Đứa thứ sáu có thể vươn mình dài bất tận và đứa con út thì nuốt cái gì cũng được!

One day, taking a break from their heavy fieldwork, the brothers heard a bugle call. It was the Emperor on parade! The procession was an awesome sight, the long march of soldiers winding like a coiled dragon. Then, suddenly, a huge boulder came crashing down the mountainside...

Một hôm, bảy anh em đang ngồi nghỉ tay sau buổi làm việc nặng nhọc, bỗng nghe có tiếng vọng từ đằng xa. Thì ra đó là một buổi diễn hành có nhà vua ngự giá đến dự. Cuộc diễn hành hết sức đẹp mắt, từng đoàn quân lính nối đuôi nhau như con rồng uốn khúc. Nhưng bất thình lình, một tảng đá khổng lồ nứt ra từ sườn núi.

The boulder tumbled straight for the Emperor! But at the last second someone shot up and brought the boulder to a screeching halt. Who was the hero? Who else but the eldest brother! The Emperor offered him a high post, but he said no. He was offered treasure and gold, but still said no. The surprised Emperor could not but let him go home.

Tảng đá lớn ấy lăn thẳng về phiá nhà vua! Nhưng vào phút chót, có người nhảy vọt tới, chặn ngay được tảng đá đó lại. Vị anh hùng ấy là ai? Chính là cậu bé đầu lòng chứ còn ai nữa! Nhà vua liền ban cho cậu ta chức tước cao, nhưng cậu từ chối. Vua cho ngọc ngà châu báu, cậu bé cũng không nhận. Vua rất ngạc nhiên, nhưng đành phải để cho cậu ta ra về.

Returning to the Palace, the Emperor's heart was uneasy.
"Such a small fellow, yet so strong. He has no love of wealth,
so I have no control of him. He may be trouble one day." The
Emperor could not sleep, until an evil plan was set... "That's
it. I shall arrest him and have his head chopped off."

Trở lại triều đình, vua cảm thấy không vui. Vua nghĩ: "Một
thằng thanh niên nhỏ nhắn như vậy mà có sức mạnh phi thường.
Nó không say mê giàu sang thì ta khó lòng mà kiểm soát được nó.
Một ngày nào đó, nó sẽ trở thành mối lo cho ta!" Vua trằn trọc mãi,
cho đến khi nghĩ ra được một âm mưu đen tối: " Đúng rồi! Ta phải
bắt nó và chém đầu nó!"

Second brother had powerful hearing, so heard the evil plan. The next day, third brother was seized and taken by the Emperor's men.

Người em thứ hai nhờ có thính giác đặc biệt, nên đã nghe được âm mưu tàn ác của vua. Hôm sau, quả nhiên cậu em thứ ba bị người của vua sai đến bắt đi.

Third brother was dragged into the palace. The Emperor ordered his head axed off. But third brother was harder than iron, so nothing could harm him. Dozens of swords were broken, but only three hairs were cut from his head. The Emperor was furious, and ordered him burned alive first thing next morning.

Cậu em thứ ba bị lôi đến hoàng cung. Vua
ra lệnh cho quân hầu lấy rìu chặt đầu.
Nhưng cậu bé này vốn cứng hơn sắt, cho nên
chẳng có thứ gì có thể chém được cậu. Hằng
tá gươm đem ra thử, đều bị gãy hết. Chỉ có
ba sợi tóc của cậu bị đứt ra mà thôi. Vua tức
lắm, truyền cho quân hầu sáng mai đem
thiêu sống!

Late that night, fourth brother secretly bore past the walls of the fortified city, with the fifth following close behind. They drilled under the prison walls, up to where third brother had been locked up. Fifth brother took third's place. No need to worry now; just to wait for the show to begin!

Khuya hôm đó cậu em thứ tư bí mật chui xuyên qua bức tường thành kiên cố, dẫn theo đứa em thứ năm. Hai anh em đào ngạch dưới chân tường nhà giam, đến thẳng chỗ người em thứ ba đang bị nhốt. Cậu em thứ năm vào thay chỗ cho người anh thứ ba. Như thế là khỏi phải lo gì nữa. Cứ việc chờ màn kịch thiêu sống ngày mai.

At dawn soldiers escorted fifth brother to a tall scaffold with stacked firewood underneath. Fifth brother was tightly tied on top.

Mới hừng sáng, quân lính đã hộ tống người em thứ năm, đưa lên một pháp trường cao, chất đầy củi phía dưới, rồi trói chặt cậu ta vào đống củi đó.

The fire was set and soon blazed high. But fifth brother was nonflammable. Fiery red flames licked the sky, yet he just smiled! He was taken to his cell once again.

Người ta châm lửa và trong chốc lát, ngọn lửa bốc lên cao. Nhưng cậu bé thứ năm này lửa đốt không cháy! Từng ngọn lửa hừng hực bốc lên trời mà cậu ta vẫn cười! Quân lính lại đành phải lôi cậu xuống, tiếp tục bỏ vào nhà giam.

Fifth brother pretended to talk in his sleep. "I cannot be chopped, nor burned. My only fear is falling to my death." The guards reported to the Emperor. Fifth brother was at once brought to a high cliff, and shoved toward the edge...

Nằm trong ngục, cậu bé thứ năm giả vờ nói trong giấc mơ: "Thân thể ta chém không đứt, đốt không cháy. Ta chỉ sợ có một thứ là nếu ta bị ngã từ trên cao xuống, ta sẽ chết." Quân lính nghe được, bẩm lại nhà vua. Lập tức vua liền truyền đem cậu bé lên một mỏm núi cao và xô cậu té xuống...

But it wasn't fifth brother that was pushed over —— it was sixth! Sixth brother's legs stretched and stretched, until his feet softly reached the bottom. His body was now higher than the cliffsides! He then hopped back out and ran home. The troops madly dashed after him.

Nhưng, cái đứa bị xô té đó không phải là cậu bé thứ năm, mà là đứa em thứ sáu. Thằng bé này cứ việc duỗi chân cho dài ra, duỗi mãi cho đến khi chân nó chấm đất. Bấy giờ thì người nó cao hơn cả mỏm núi. Nó từ từ co người lại bình thường và bỏ chạy về nhà. Quân lính điên cuồng đuổi theo.

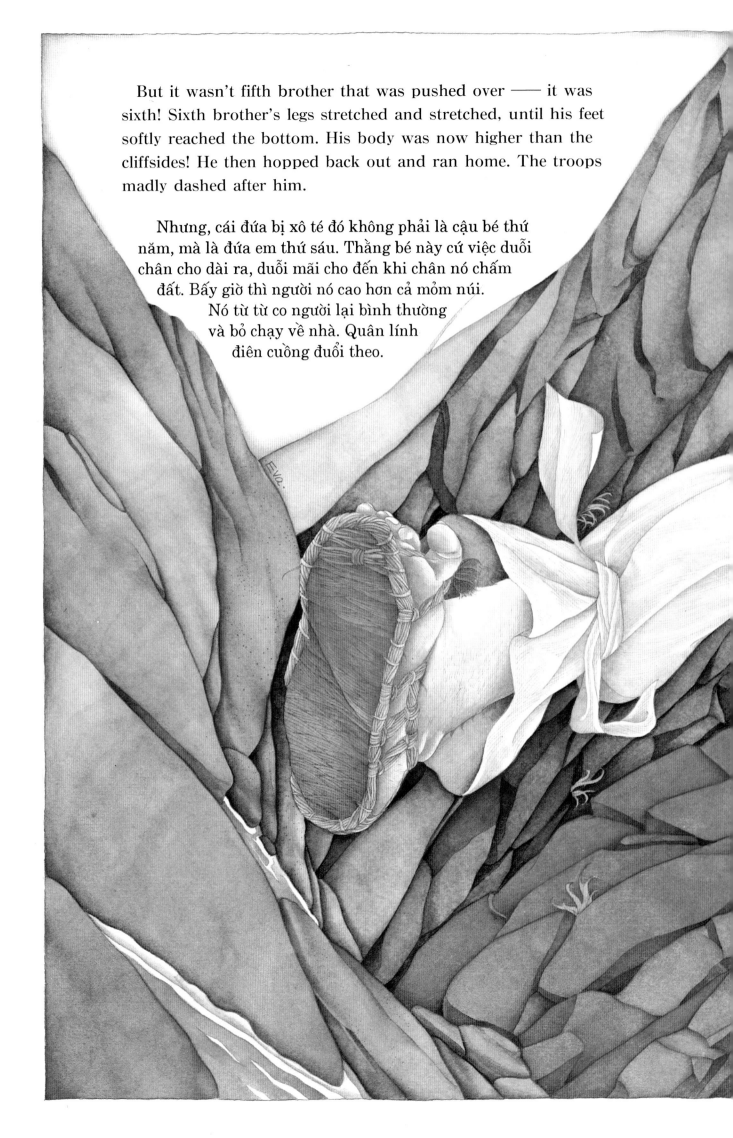

In wild and hot pursuit, the Emperor was suddenly blocked by seventh brother, who said, "As long as you do not throw me into the sea, I promise to obey you." Of course, he was at once knocked down, tied up, taken out to sea, and tossed -- Sploosh! -- over the side.

Trong lúc nhà vua uất ức rượt theo, thì cậu bé thứ bảy chặn vua lại và tâu: " Nếu ngài không ném tôi xuống biển, thì tôi hứa sẽ tuân phục ngài." Nghe như vậy, dĩ nhiên vua truyền trói cậu bé lập tức và khiêng ra bờ biển, lăn cậu ta xuống nước.

Soon, the surface became quiet and calm. Not a ripple. The Emperor broke into a big grin; he believed his enemy was now fish food.

Suddenly there was a thunderous BOOM. The ship's bottom crunched down on the rocky ocean floor. Where was all the water? Seventh brother had sucked the ocean completely dry!

Chỉ trong giây lát, mặt biển phẳng lặng trở lại, không một gợn sóng. Nhà vua phen này mới cười hả hê vì tin chắc thằng bé đang biến thành mồi ngon cho cá.

Nhưng bất ngờ, một tiếng Bùm thật lớn vang lên. Rõ ràng là tiếng đáy tàu của vua vừa va vào tảng đá dưới lòng biển. Ơ kìa! Nước đâu hết cả rồi? Thì ra cậu bé thứ bảy đã hút sạch nước đại dương!

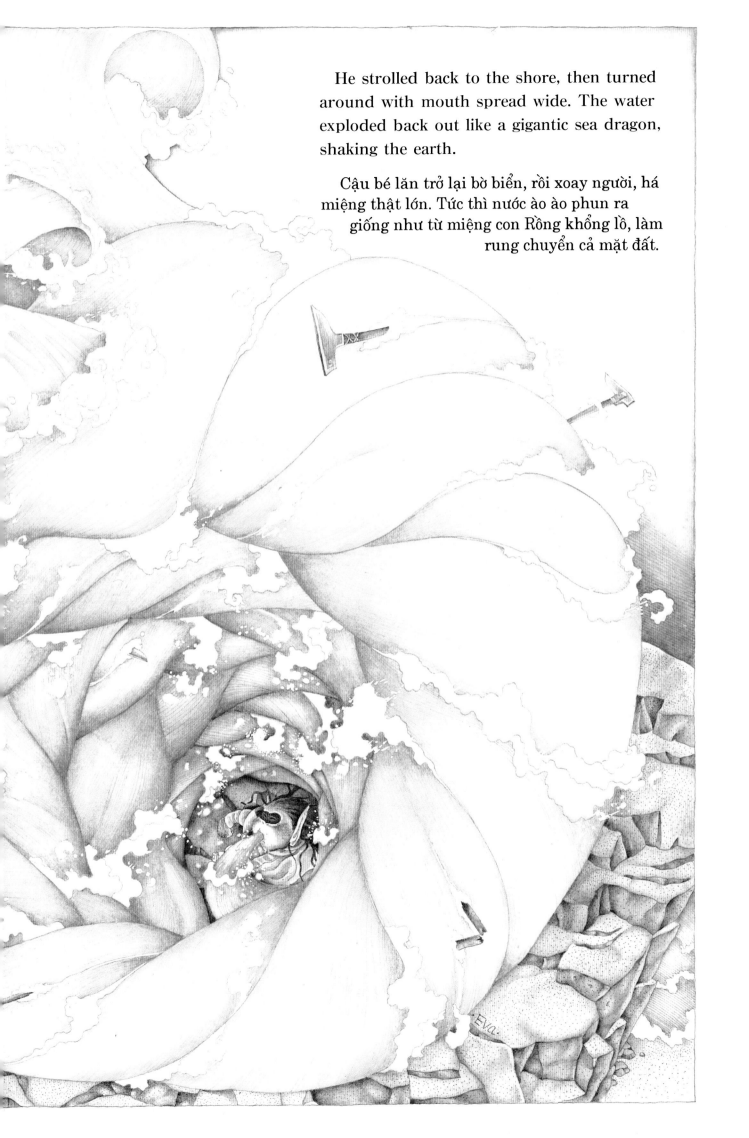

He strolled back to the shore, then turned around with mouth spread wide. The water exploded back out like a gigantic sea dragon, shaking the earth.

Cậu bé lăn trở lại bờ biển, rồi xoay người, há miệng thật lớn. Tức thì nước ào ào phun ra giống như từ miệng con Rồng khổng lồ, làm rung chuyển cả mặt đất.

Monstrous waves rushed and roared, one second swallowing up the ship, the next spitting it sky-high. A few moments later the ship disappeared. Where did the Emperor and his ship go? Nobody knows.

Những đợt sóng khủng khiếp gầm thét lên, tràn vào tàu của vua, rồi nâng bổng chiếc tàu đó lên cao. Chỉ trong chốc lát, không thấy chiếc tàu đâu nữa. Nhà vua cùng chiếc tàu của vua biến đi đâu? Không ai biết!

The sun began to shine like
gold, and its rays danced over the sea.
Now the seven magic brothers gathered
together again, shoulder to shoulder. They were
all of one heart, with no other wish but to live in peace
and enjoy the cool ocean breeze.

Mặt trời ló rạng, chiếu ánh sáng óng ánh vàng và những tia
nắng nhảy múa trên mặt biển. Bảy anh em tập trung lại, vai kề
vai. Họ cùng chung một trái tim, cùng chung một ước vọng duy
nhất là được sống an bình và thưởng thức làn gió mát từ đại
dương thổi vào.

Seven Magic Brothers

English / Vietnamese

Retold by Kuang-Tsai Hao; Illustrated by Eva Wang

Vietnamese translation by Nguyễn Ngọc Ngạn

Copyright © 1994 by Yuan-Liou Publishing Co., Ltd.

All rights reserved.

Yuan-Liou Publishing Co., Ltd.,

7F-5, No. 184, Sec. 3, Ding Chou Rd., Taipei, Taiwan, R.O.C.

TEL: (886-2) 3651212   FAX: (886-2) 3657979

Printed in Taiwan

This edition is distributed exclusively by Pan Asian Publications (USA) Inc.,

29564 Union City Blvd., Union City, California, USA